Hadithi za Kikwetu

Karamu Mbinguni

Hadithi za Kikwetu

na vinginevyo ... vinginevyo vingi

Karamu Mbinguni

Njiru Kimunyi

PHOENIX PUBLISHERS, NAIROBI

Kimetolewa mara ya kwanza mnamo 2002 na
Phoenix Publishers Ltd.,
Grain Belt Industrial Park,
Sukari Industrial Estate,
Off Thika Rd., Behind Clay Works,
S.L.P. 30474 – 00100,
Nairobi, Kenya.

ISBN 9966 47 234 7

Kimenakiliwa tena 2005, 2006, 2007, 2008, 2010, 2012, 2014,
2016, 2021

Kimepigwa chapa na
Talitha Graphics,
S.L.P. 41863 - 00100,
Nairobi, Kenya.

Yaliyomo

1

Mwaliko

Mbayuwayu ni mwepesi wa kuruka. Anasifika zaidi kwa safari zake za kosi. Ni ndege mtalii. Huizunguka dunia mara kadha kila mwaka. Anasifiwa sana na ndege wote. Hata ingawa wale wengine pia huweza kutalii, mbayuwayu huwashinda maradufu.

Kwa hivyo, mamia ya karne zilizopita alipopeleka ripoti ya ajabu kwa Malkia wa ndege wote, Mbuni, alisikilizwa kwa makini. Hata hivyo, ripoti yake ilitia shakashaka akilini mwa Mbuni. Kwa hivyo, Mbayuwayu alimwomba Mbuni ipigwe mbiu ya mgambo ili ndege wote wakutone apate kuwapasha habari juu yo ripoti yake.

Ndege wote walihudhuria mkutano huo. Walikuwa wametangaziwa kuwa baada ya mkutano huo, wote wangekuwa viumbe vipya. Maisha yao yangebadilika. Mambo mengi mazuri yalikuwa mbele yao. Kwa hivyo, walikuwa na hamu kubwa ya kumsikiliza Mbayuwayu.

Baada ya ndege wote kufika, Mbuni na Mbayuwayu walipanda jukwaani. Ndege walitulia, macho yao mbele kunako Malkia Mbuni. Waliyatega masikio. Hawakuelewa ndege mdogo kwa maumbile kama Mbayuwayu alikuwa na lipi la kuwaambia. Walingoja.

Mbuni alisafisha koo. Akasema, "Nimewaiteni leo mje msikie mambo ambayo hamjapata kuyasikia tangu dunia ilipoumbwa. Juzi nililetewa ripoti na Mbayuwayu hapa. Wengi wenu mnamwita Kijumbamshale kwa sababu ya mwendo wake wa kasi. Mwendo na safari hizo zake ndizo zimefanya kuitishwa kwa mkutano huu."

Jurawa, ambaye ni binamu yake Mbayuwayu, alisema, "Natumsikie basi. Msituweke katika hali ya wasiwasi"

Ndege wote waliongea kwa pamoja wakimtaka Mbayuwayu awasimulie kisa chake. Hata Korongo ambaye ni kama bubu alisikika akimtaka Mbayuwayu awaambie juu ya ripoti yenyewe.

Mbayuwayu alisimama na kukileta kikuza sauti karibu naye, halafu akaanza kusema, "Majuzi nilikuwa mbinguni kwa Muumba wetu."

"Aiaah!" ndege walisema kwa pamoja. Mbayuwayu aliendelea, "Viumbe wa huko walinituma niwaletee salamu - nyote."

Ndege walishangaa. Walimwangalia Mbayuwayu. Hawakuamini maneno yake.

Kanga alisema hata bila ya kuomba ruhusa kutoka kwa Malkia Mbuni, "Mbayuwayu, ikiwa katika nyendo zako nyingi umerukwa na kichwa,

twakuomba ukae upumzike. Una wazimu wewe?
Tangu lini kiumbe yeyote akawahi kufika mbinguni?"

Ndege walianza kuongea kwa pamoja. Ilimbidi
Mbuni kuwatuliza. Aliwaambia kwa ukali, "Masikio
yenu hayatapasuliwa na atakayoyasema Mbayuwayu.
Tulieni. Kuweni wangwana.

Nyinyi sio binadamu ambao hawaheshimiani.
Nyinyi ni ndege, vipenzi vya Muumba wenu. Nyinyi
mnapendwa kuliko wanyama wote. Tulieni."

Mbayuwayu aliitoa barua kwapani mwa mbawa
la kulia. Akaikagua. Miali ya jua ilipoipiga ile karatasi,
ilimeremeta. Maandishi yalikuwa ya dhahabu, nayo
karatasi iliyoandikiwa
ilikuwa ya fedha.
Ndege walimaka
wakatulizana
zaidi. Hawakuwa
wameishuhudia
barua ya aina ile hapo
mbeleni. Waliyatega
masikio. Unyamavu wa
makaburini ukatawala.
Mbayuwayu akasoma,

Dawati la Katibu,
Bunge la Malaika,
Mbinguni,
Peponi.

Kwa Mbuni,

Malkia na Mwenyekiti wa Ndege,

Kupitia kwa Mbayuwayu,

Ardhini,

Duniani.

Ndege wapenzi,

<u>KUHUSU: MWALIKO MBINGUNI</u>

    Nimeamrishwa na Bunge la malaika kuwaalika huku mbinguni. Malaika walishauriana na Mungu Muumba wetu sote kulihusu jambo hili. Nyinyi ndege mwasifika mbinguni kwa uelewano hasa bidii zenu kazini. Vitendo na sifa zenu zimeandikwa katika vitabu vyote vya dhahabu vya ukumbusho. Njooni. Mipango ya kwenu tayari imefanywa.

Malaika, Katibu,
Bunge la Malaika.

Sasa ndege walikuwa vinywa wazi. Mbayuwayu akaendelea, "Nilifika mbinguni kwa bahati kubwa. Nilikuwa nimepotea njia. Akili ziliniruka, nao upepo ukanisukuma juu kwa juu. Baada ya muda sikujitambua kwa hofu ya kupotea. Kisha nikazisikia kwaya zikiimba. Sauti tamu sana. Nikatega masikio. Maishani mwangu sijapata kusikia sauti tamu kama hizo.

Nililikaribia lango la dhahabu tupu. Lango likajifungua lenyewe. Nikaingia kwenye eneo lenye utulivu wa ajabu. Mara nikayaona makundi mawili ya malaika: viumbe wenye mbawa za dhahabu, wenye nyuso za kung'ara zenye furaha. Nikatabasamu na kuzikaribia zile kwaya. Malaika alinijia na kuniambia,

"Usihofu, uko salama. Hapa ni mbinguni, makao ya milele. Hizi uzionazo ni kwaya maarufu za hapa mbinguni.

Moja inaitwa Makerubi na ile nyingine Serafi. Karibu!"

Mdiria aliposikia habari za kwaya aliuliza, "Je, Mbayuwayu, unadhani mimi ninaweza kupewa nafasi katika mojawapo ya kwaya hizo?"

Mbayuwayu akamjibu," Ndugu yangu Mdiria, sauti yako ni tamu na nyororo, lakini haifikii hata asilimia tano ya sauti hizo."

Ndege walishangaa. Mdiria ndiye aliyekuwa na sauti nzuri kuliko ndege wote duniani. Mbayuwayu aliiangalia ile barua ya fedha yenye maandishi ya dhahabu tena.

"Nitawaelezeeni mambo ya mbinguni kwa kifupi. Tayari tumepata mwaliko rasmi. Hii hapa barua yenyewe. Kuhusiana na vyakula ..." Sasa ndege walikuwa watulivu. Makini kweli kweli.

"Niliacha matayarisho kabambe yakifanywa kuhusiana na makaribisho yetu. Kila ndege amepangiwa mlima wa chakula cha aina yake.

Wale wapatao chakula chao kutoka majini, wanachanganyiwa chakula chao majini kwenye mito na vidimbwi.

Bata na familia ya Korongo walicheka kwa furaha. Mbayuwayu akaiangalia barua tena,

"Kunayo mito ya maji, maziwa hata asali kwa wale ndugu zetu wavitumiavyo vinywaji hivyo."

Jambo hili la chakula lilizungumziwa kwa raha tele.

Kigogota aliuliza, "Mimi hula mabuu na wadudu. Hali yangu itakuwa vipi?"

Mbayuwayu akamjibu," Niliacha uwanja mkubwa ukijazwa kwa wadudu watupu."

Kigogota alichekacheka. Tone la mate likamwanguka alipofikiria habari ya chakula chake.

Mbayuwayu akaendelea, "Yangu sasa ni kuwaambia ya kuwa mnao mwaliko mbinguni. Nitawaongoza huko. Mwangojewa na malaika. Labda mtapata nafasi ya kukutana na Mungu Muumba wetu ila sina hakika na hilo.

Ningetaka kuwaambieni katika safari hii jambo la muhimu liwe kutunza uhusiano bora kati ya mbingu na dunia.

Tuanzishe uelewano wa kindugu kati ya ndege na malaika.

Ikiwezekana tupate wawakilishi wa pande

zote mbili. Tuwe na mwakilishi mbinguni nao wawe na wa hapa kwetu.

Jambo Ia tatu ni kuwa utalii ukuzwe sana. Tufaidike na elimu mpya kutoka mbinguni. Kumbukeni ya kuwa siku zote za mbinguni ni sikukuu.

Mimi mwenyewe nilikuwa kule kwa siku tatu. Niliyaona maajabu yasiyo kifani. Tunayo wiki moja ya matayarisho.

Tuitumie vizuri, ili tupendeze mbele ya Mungu wetu na Malaika wake."

Baada ya kupumzika kidogo Mbayuwayu aliendelea, "Nyote mmeisikia ripoti yangu. Sitaki kupoteza wakati. Tunayo safari ndefu mbele yetu. Kuna kujitayarisha.

Kwa hivyo, nitaruhusu maoni au swali moja kutoka kwa ndege mmoja au wawili hivi."

Kanga aliomba ruhusa azungumze, akakubaliwa. Alisema, "Sisi ndege ni safi kwa jumla, lakini ningewaomba tuwe safi zaidi wakati huu. Tujipambe viwavyo."

Ndege wote walikubaliana naye. Mbayuwayu akaongezea,

"Niliongea na malaika kuhusu hoja hii. Kwa niaba yetu akawasiliana na Mungu. Mungu Muumba wetu akasema kwamba tunao uhuru na uwezo wa kujibadili tutakavyo. Akaongeza kuwa tukiliomba lolote litatokea.

Kwa hivyo, kila mmoja wetu ajipambe vizuri. Kabla ya kwenda tutakutana hapa ili tuyarekebishe makosa yakiwapo.

Kwa sasa tuna siku tano za matayarisho. Tuzitumie siku zenyewe vizuri. Nendeni mkajitayarishe."

Ndege waliondoka mmoja mmoja. Wengine kama Korongo, walikwenda kwa makundi. Zao zilikuwa ni jamii kubwa.

Matayarisho

Hekaheka na pilikapilika za matayarisho zilitawala kwa siku tano mfululizo. Katika muda huo ndege walijipamba upya. Walijipaka mafuta, wakajipodoa, wakajirashia marashi, nyuzi za macho zikachorwa upya. Hata hivyo, mabadiliko ya ajabu yalikuwako kwenye sehemu za vichwa hasa midomo na miguu vidoleni. Kila ndege alijaribu awezavyo kuonekana maridadi kuliko wenzake. Waliazimana rangi na burashi za kurembesha manyoya. Kila mmoja wao alikuwa na kioo chake.

Siku ya tano ilipofika, ndege walikusanyika uwanjani. Acha wacheke na kufurahi kwa jinsi walivyokuwa. Acha wachekane. Bila shaka wengine walipendeza kuliko wenzao. Mbuni, malkia wao, alikuwa ameirefusha shingo yake kupita kiasi. Alisema eti mara wafikapo mbinguni, angetaka kuyaona

maeneo yote bila tatizo la kusimamasimama.
Aliongeza kuwa sababu hiyo hiyo ndiyo
iliyomfanya airefushe miguu
yake. Alitaka kutembea
kwa hatua ndefu ili aitalii
mbingu katika muda mfupi
waliokuwa nao. Alipoulizwa
ni kwa nini miguu yake
ilikuwa na vidole viwili
tu, alicheka na kusema ya
kuwa hiyo ilikuwa ni staili
yake.

Mbuni hakutaka
kufanana na ndege
wengine. Mwili wake
ulikuwa umepambwa
kwa rangi nyeusi na
ya kijivu. Pia alikuwa
ameikausha ngozi yake mno.

Aliwaeleza ndege wenzake kuwa alitaka kujikinga
kutokana na baridi kali wakati wa safari ndefu ya
mbinguni.

Tai alipotokeza, ndege waliangua kicheko. Shingoni alikuwa amejipaka duara Ia rangi nyeupe. Mwili huo mwingine wote ulikuwa mweusi. Alisema ya kwamba alitaka kuwa tofauti shingoni pekee. Kucha zake zilikuwa zimenolewa. Alisema kwamba mlo wa nyama ulihitaji kucha kali za kuzichanachana nyama haraka. Jamii ya Korongo ilijipamba kwa njia sita tofauti. Wote kwa jumla walivalia vizuri. Midomo yao pia ilikuwa mipana ili kuwawezesha kula viumbe kama vyura na samaki. Vidole vya miguuni viliunganishwa kwa ngozi nyembamba iliyowawezesha kuogelea majini.

Hata hivyo, tofauti kati yao zilikuwako. Mmoja wao, Korongo-shingo, alikuwa ameirefusha shingo yake zaidi. Mwingine, Korongo-nyangumi, alikuwa amejipaka rangi nyeupe kwote, ingawa sehemu yo tumboni ilipakwa rangi nyingi zaidi. Korongo-samawati alijipaka rangi ya manjano tumboni. Korongo uso-mwekundu alikuwa amejipaka rangi

nyekundu uso wote. Naye Korongo-domomanjano alikuwa na rangi ya manjano midomoni.

Korongo aliyechekesha sana ni Korongo mfuko shingo aliyekuwa na kichwa kama cha nyangumi. Huyu alikuwa ameushonea mfuko chini ya shingo lake. Alipoulizwa sababu za kuushonea mfuko chini ya shingo, alicheka na kujibu kwa methali mbili, *'Akiba haiozi'* na *'Hamadi kibindoni'*. Ndege wote walielewa alilokusudia - kubeba akiba ya chakula kwa mfuko huo.

Kipepeo Tausi wa kiume aliyekuwa amejipaka buluu kali ndiye aliyependeza kuliko ndege wote.

Alikuwa ametumia muda wake mwingi kujirembesha viwavyo. Alikuwa amezitumia rangi za buluu, dhahabu, fedha na manjano kuukamilisha urembo wake. Zaidi ya hayo, alitembea kwa maringo. Hata kabla ya safari kuanza ndege wote walikubaliana kwamba viumbe wa mbinguni nao pia wangependezwa na urembo wake Kipepeo Tausi. Mwili wake ulinukia manukato na marashi ya ajabu.

Kasuku alipotokeza, vicheko viliuamana pale uwanjani. Alikuwa amejifunza kuziiga sauti. Ndege yeyote alipoongea tu, Kasuku aliweza kuiga sauti yake mara moja. Alitaka kurudi kutoka

mbinguni akiwa amezijua lugha za viumbe wa huko. Pia alitaka kuwa mwakilishi wa ndege huko mbinguni. Nia na lengo lake liliwashangaza wote. Hata hivyo, ndege wote walimheshimu kwa kukikuza kipawa cha kipekee katika siku nne tu. Wote walimtakia kila Ia heri katika ombi lake la kuwa mwakilishi wao. Kama kwa hakika nafasi ya mwakilishi ingejitokeza, waliahidi kumchagua yeye kwa cheo kile.

Ndege wote walikuwa wameyabadili maumbile ya midomo yao. Kwa hakika, midomo nayo ilichekesha si haba. Midomo mingi ilikuwa imepindika. Hata hivyo, isipokuwa midomo ya ndege wachache tu, mingi yake ilienda sambamba na maumbo ya vichwa vyao. Hakuna hata ndege mmoja aliyeomba mdomo wake uwe sehemu ya kisogoni au kunako kifua. Midomo yote ilikuwa usoni, chini kidogo panapo macho.

Bata alipoulizwa na ndege wenzake kwa nini alipendezwa na midomo iliyotandazika kama mwiko wa kusongea ugali, alisema kuwa sababu kubwa na ya muhimu ilikuwa ni kuwa na uwezo wa kukimeza chakula kingi iwezekanavyo. Aliwakumbusha ndege kuwa chakula chake kilihitaji kuwa majimaji. Kwa hivyo, alitakikana kuyameza maji mengi angalau apate chakula cha kutosha.

Kigogota naye, mwenye mdomo uliochongeka mbele na mguu kama chuma, alisema kuwa sababu ya ugumu wa mdomo wake ilikuwa kumwezesha kuyachonga mashimo mitini.

Makao yake yalikuwa mashimoni kwenye miti. Alitarajia kuipata miti kama hiyo mbinguni. Alifurahia kuitoboa miti iliyodhaniwa kuwa migumu na ndege wengineo. Alipoulizwa kama haumwi na kichwa kwa kukigongesha kichwa chake mchana kutwa, alicheka na kujibu, 'Kipendacho moyo ni dawa'.

Kwa jumla ndege wote wala nyama walikuwa na midomo mipana iliyopeteka mbele ili kuwawezesha kuzirarua nyama. Nao ndege wote ambao hutumia

mbochi au nekta kama chakula chao walikuwa na midomo mirefu na myembamba ili kuwawezesha kumumunya na kunyonya mbochi kutoka kwenye maua. Hawa walitarajia kuiona mito ya asali tupu huko mbinguni. Waliiramba midomo yao kwa matumaini makubwa. Kimoyomoyo waliiombea safari hii kwa nyoyo zao zote huku wakiulizana, "Nini kitamu kuliko asali?"

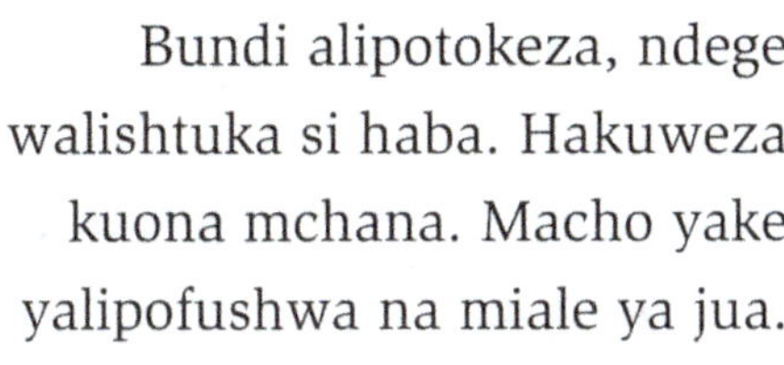

Bundi alipotokeza, ndege walishtuka si haba. Hakuweza kuona mchana. Macho yake yalipofushwa na miale ya jua. Alitembea na kuruka huku na huku bila kuona vizuri aendako. Ndege waliogopa sana. Alipokifunua kinywa ili aongee, sauti na mlio wa kishetani ulitoka kinywani mwake. Si hayo tu. Alikuwa amebadili uso wake ukawa kama wa mchawi aendaye kuroga. Uso ulifanana na wa paka shume.

Alipoulizwa na Mbuni sababu za kuwa na kiwi machoni, alijibu, "Nataka kuona usiku pekee. Mchana ninyi mpo. Usiku nitakuwapo." Sauti yake nzito iliogofya. Pamoja na hayo alikuwa ameiga jinsi ya kuketi kama binadamu, kiumbe ambaye daima aliwatisha ndege. Kwa sababu hiyo, Bundi alihofiwa na kuogopwa na wote.

Mbuni alimtaka Bundi aachwe lakini Mbayuwayu akamkumbusha kuwa mwaliko wa mbinguni ulikuwa wa ndege wote. Ikiwa Bundi alikuwa na kosa, Mbayuwayu aliongeza, malaika wangemwadhibu wao wenyewe. Ubaguzi mapema hivi ungeleta mgawanyiko.

Lakini Bundi alikuwa tayari amekasirika. Ndani kwa ndani moyoni mwake, alikuwa akiyafuga mawazo maovu kuhusiana na safari hiyo.

Mzee Kobe alipitia uwanjani mwa mkutano ambamo ndege walikuwa wakifanyia mipango ya safari yao. Alistaajabu kwa kuwaona ndege wote pale. Alimwendea Mbuni na kumuuliza, "Mbona, kuna nini? Mna karamu ama nini?"

Mbuni akamjibu, "Ndiyo, lakini karamu yenyewe itakuwa mbinguni. Tumepata mwaliko rasmi.

Hivi sasa tunajitayarisha kwa safari." Mzee Kobe alinyamaza kidogo. Hamu ya safari ilimwingia. Akamuuliza Mbuni, "Mtakuwa wangapi?" Mbuni akamjibu, "Ndege wote watakuwa safarini. Asiye na mwana aeleke jiwe."

Mzee Kobe akaendelea, "Nilipata kuambiwa na mababu zangu kwamba mbinguni kunayo raha tele.

Unionavyo mimi kwa hakika natokana na ukoo wa mbinguni.

Ukiiangalia miguu yangu vizuri utaona ya kuwa ina maumbo yanayofanana na mabawa.

Zama za zama sisi Kobe tulikuwa na mabawa kama ninyi na viumbe wa mbinguni.

Sisi na ninyi tu wa ukoo mmoja. Hakuna kiumbe mwingine katika dunia hii anayewakaribia kwa maumbile kama mimi.

Viumbe wa mbinguni watafurahi sana kuniona tena huko baada ya mamia ya karne na karne za utengano.

Mimi binafsi ningetaka kukutana na malaika.

Wananijua, wananitambua. Tena usisahau, ninaweza kusaidia sana katika safari hii."

"Kwa njia ipi?" Mbuni alimuuliza.

Mzee Kobe akamjibu huku akichekacheka,

"Kwa njia nyingi. Ninaweza kuwa katibu wenu mnapotalii na kupumzika.

Unajua vyema kwamba mimi ndimi mnyama wa pekee ajuaye kusoma na kuandika. Mimi sina haja na karamu yenu.

Wajua vyema ya kuwa chakula changu ni kabeji mbichi na majani majani hivi.

Mimi nitakuwa nikirekodi kwa maandishi na kunasa sauti kwenye kanda mambo yote yatakikanayo kwa manufaa yenu. Mimi nitakuwa mtumishi wenu."

Mbuni aliwaita ndege waliokuwa karibu. "Tunayo bahati," aliwaambia.

"Ndugu Mzee Kobe ambaye tangu zama mwajua ni wa ukoo wetu angetaka kutufaa.

Angetaka kuandamana nasi mbinguni. Atakuwa katibu wetu wakati wa mashauriano na viumbe wa mbinguni. Tena mnajua kuwa yeye ni msomi wa kutajika. Mwaonaje?"

Ndege walifurahia jambo hilo isipokuwa Mbayuwayu aliyeiangalia barua ya mwaliko tena na kusema kwa masikitiko makubwa,

"Siuoni mwaliko wa Mzee Kobe hapa.

Mwaliko ulio hapa umeelezwa waziwazi na katibu wa Bunge Ia Malaika.

Maneno yenyewe ni: NDEGE WAPENZI - MWALIKO MBINGUNI.

Mimi naonelea kwamba sasa tunazivunja amri za mwaliko wetu.

Mzee Kobe si ndege!"

Baadhi ya ndege woliafikiana na Mbayuwayu lakini Mbuni akashikilia ya kuwa walikuwa na haja ya katibu katika safari ile. Ndege wote walishauriana kuhusu jambo hilo.

Baada ya hoja yenyewe kupigiwa kura, wengi wa ndege walionelea kwamba palikuwapo na sababu muhimu ya kwenda naye Mzee Kobe.

Mbayuwayu alimkubalia Mzee Kobe ajishikilie unyoyani mwake wakati wa safari hiyo. Mzee Kobe alikenua magego yake yakaonekana. Tayari alikuwa ameanza kupanga mipango ya kivyake ya kujifaidi na safari ile.

3

Mbinguni

Safari ya kwenda mbinguni iliwachukua ndege muda wa siku saba bila kupumzika. Mzee Kobe alijishikilia unyoyani mwa Mbayuwayu. Mdiria aliwatumbuiza ndege kwa nyimbo tamutamu na isipokuwa Bundi na Mzee Kobe, ndege wote walimwitikia Mdiria katika nyimbo zake. Ubeti mmoja wa wimbo uliowapendeza zaidi uliimbwa hivi,

Sisi ndege twaenda mbinguni,
Mbinguni kwa Mungu Muumba wetu,
Mbinguni kuna makao ya raha milele,
Ndiyo maana twashangilia,
Haa! Haa! Ha! Huu! Huu! Hu! Hii! Hii! Hi!

Hakuna hata mmoja aliyeonyesha dalili za uchovu. Mbayuwayu aliwaongoza vizuri. Wote

walishangazwa na kipawa chake cha uongozi angani bila ya kutumia dira.

Safari yote kwa jumla ilikuwa ya kupaa juu kwa juu. Wote waliyashuhudia mengi, isipokuwa Bundi aliyeyafumba macho yake katika safari yote. Ndege wenzake walipomuuliza kwa nini aliwajibu, "Nataka kuiona mbingu tu. Sina haja na nusu ya matumbuizo. Hii ni safari tu."

Mzee Kobe, ndiye aliyekuwa na hamu kubwa zaidi ya kufika mbinguni. Alitaka kufanya kazi yake mpya ya kuwawakilisha ndege kama katibu wao.

Waliwasili mbinguni asubuhi na mapema siku ya saba. Lango la dhahabu likajifungua lenyewe. Ndege waliingia, na mara wakaajabikia usafi wa uwanja uliokuwa umetengenezwa kwa mawe yaliyomeremeta. Walitua katika miti ambayo walikuwa hawajawahi kuiona kokote duniani. Miti yenyewe ilikuwa na matunda ya kushangaza yaliyokuwa makubwa na yalionekana matamu sana. Mara malaika akaja na kuwaambia,

"Karibuni wapenzi wetu.

Hapa ni mbinguni.

Eneo la utulivu na mapenzi.

Ninawakaribisha wote kwa niaba ya Mungu Muumba wetu.

Pia kwa niaba ya malaika. Mimi ni katibu wa Bunge Ia Malaika. Karibuni."

Ndege walifurahi si haba. Viti vya dhahabu na vya vito vingine vilivyoizidi dhahabu kwa thamani vililetwa pale uwanjani na malaika.

Ndege wote walipokuwa wameketi, Katibu akaendelea, "Kwa sasa nitawaambieni jinsi mambo yatakavyokuwa kwa muda mtakaokaa huku.

Jambo la kwanza, hapa mbinguni hakuna shida. Ukitaka chochote itisha tu. Unachokitaka kitajileta chenyewe hapo ulipo. Ukitaka kupumzika, itisha upumziko, utakupaa wenyewe. Ukitaka furaha sema tu. Furaha itakuingia moyoni."

Ndege walimaka mno. Hawakutarajia kuwa mambo yangekuwa mazuri vile.

Bata ndiye aliyekuwa wa kwanza kuongea. Akasema, "Ningeomba, kama utanikubalia, kuyajaribu uliyoyasema. Si eti sikuamini, lakini furaha yangu imepita kiasi. Nakuamini lakini ninayo shaka moyoni. Usinichukulie vibaya hata kidogo."

Malaika alimwangalia Bata na kumwambia huku akichekacheka, "Haya basi, jaribu. Ni vyema wataka kujionea mwenyewe."

Bata akasema kwa sauti yenye unyenyekevu mwingi kama aliyekuwa anaomba,

"Ewe Mungu Muumba wangu. Ninayo njaa. Nitimizie haja yangu ya chakula rojorojo. Nitalitukuza jina lako na kukuabudu milele.

Amina."

Mara hiyo hiyo chakula rojorojo kilijileta mbele ya Bata. Kilikuwa ni kijito kilichojaa chakula na maji. Bata alianza kukimeza huku ndege wale wengine wameshangaa. Bata alikula akashiba. Korongo wakaanza kumsaidia.

Ndege wale wengine nao waliyafanya maombi yao. Kila ndege alikiomba chakula cha aina yake. Kwa miujiza ya mbinguni chakula kilijileta. Kila ndege akapata shibe lake. Wakashukuru kwa ukarimu wa mbinguni.

Ndege aliyewastaajabisha wote, hata mlaika, alikuwa ni Mdiria. Ndege wengine walipokuwa wakiomba chakula, Mdiria alikiinua kichwa juu, akayaunganisha mabawa yake kwa heshima na upole, akaomba hivi, "Ninalitukuza jina lako Mungu wangu. Ewe ndiwe Muumba wa vyote duniani na mbinguni. Dunia ndiyo zulia yako. Mbingu ndiyo kofia yako. Ewe usiye na mwanzo wala mwisho. Oh! Alifa na Omega. Wewe uliye kila mahali. Nakuomba unijalie sauti tamu zaidi.

Nikutukuze wewe kwa nyimbo zangu. Niwatumbuize wenzangu kwa nyimbo zangu. Moyo wangu ufurahi kwa nyimbo zangu.

Nakuomba nikiamini kwako wewe uliye uwezo na utukufu. Amina."

Mara moja Mdiria alianza kuimba kwa sauti tamu sana. Ndege wakakifurahia chakula kilichoteremka vizuri kwa kuimbiwa na Mdiria. Mbinguni kukawa na raha tele.

Bundi hakuomba maombi kama ya wengine. Aliomba eneo lake liwe na giza ili apate kuona. Hata hivyo, ombi lake lilitimizwa.

Akafurahi.

Ndege walipomaliza kula, walikutanishwa katika ukumbi mkubwa. Ukumbi huo ulikuwa wa kipekee. Kila ndege aliyapata mazingira yake katika ukumbi huo. Kigogota alijikuta mtini uliokuwa na shimo. Korongo walijikuta katika maziwa yenye maji matamu na safi. Mbuni alikuwa katika nchi kavu yenye nyasi isio ndefu. Kila ndege alipumzika katika mazingira ya aina yake. Walifurahi. Halafu malaika katibu alisimama kwenye jukwaa. Ndege walitulizana. Akawaambia, "Tokea sasa mtatumbuizwa na kwaya za mbinguni. Tunazo kwaya mbili hapa: Makerubi na Serafi.

Kazi za kwaya hizi ni kuimba na kumtukuza Mungu milele na milele."

Kwaya zilijitokeza. Malaika wengi. Walikuwa na vinanda na magoma ya dhahabu, tarumbeta na gita zenye nyuzi zilizomeremeta. Walianza kupiga muziki. Vyombo vya muziki na milio yake ikaingiana kwa njia iliyotuliza nyoyo.

Walipoanza kuimba, sauti zao zilikuwa tamu kuliko milio ya vyombo vya muziki. Ndege walifurahi. Mdiria akapiga magoti mfululizo.

Ikawa sherehe kubwa. Baada ya matumbuizo, katibu wa malaika aliwahutubia ndege.

"Kwa niaba ya Mungu Muumba wetu mwenye enzi Ninawakaribisha nyote tena mbinguni. Ningetaka kuwaambieni ya kuwa sisi tunayo furaha tele kwa kuwa nanyi.

Mlichaguliwa kuja huku kwa sababu nyingi. Kwanza tabia zenu ni nzuri kuliko za viumbe wengineo. Hamna fitina kati yenu. Hampigani kwa kucha na midomo. Hamkatai kutunza familia zenu kama wafanyavyo binadamu.

Nyinyi si wabaya. Hamna ukabila wala utaifa. Nyinyi mnapendana sana. Mnapenda amani. Ulafi ni neno mlilolizika katika kaburi Ia sahau zamani.

Mnaheshimu mipaka na maeneo ya kila mmoja wenu.

Kamwe hatujapata malalamishi yanayohusiana na uchafuzi wa makao.

Kwa jumla nyinyi hamzivunji amri za Mungu.

Mmeonyesha kwa vitendo nyinyi ni watiifu. Hizi ndizo sababu za kuwa nanyi leo."

Ndege walipiga makofi kwa shangwe na hoi kwa kutukuzwa.

Wakati huo wote, Mzee Kobe alikuwa akingojea zamu yake ya kuitwa ili aongee kwa niaba ya ndege. Alingoja na kungoja lakini hakuitwa. Ni kama hakuna aliyeutaka msaada wake.

Malaika katibu akaendelea, "Mtajionea wenyewe kumbukumbu za wema wenu katika maktaba yetu. Kunavyo vitabu kumi na viwili vilivyo na majina ya viumbe waliotenda mema katika maisha yao. Kati ya vitabu hivyo vyote, nusu kitabu kimejaa majina ya binadamu waliotenda mema. Tena waliokuwa watiifu wakati wa uhai wao. Nusu ya pili ya kitabu hicho, inayo majina ya wanyama.

Kitabu cha pili kinacho majina ya wadudu. Vitabu kumi vilivyobaki vimejaa majina yo ndege pekee. Majina hayo yameandikwa kwa mwandiko wa dhahabu."

Ndege walijawa na shangwe na hoi. Wakarukaruka mbinguni kwa furaha. Wakakumbatiana. Mara walitumbuizwa tena kwa nyimbo tamu na kwaya za malaika.

Katibu akaendelea, "Hivi si kusema kwamba nyinyi ndege hamna makosa. Mnayo lakini si mengi. Hata hivyo, makosa ni makosa. Lazima tuwarekebishe na kuwaadhibu. Katika kumbukumbu za roho safi hapa mbinguni, roho zenu ni nyingi kuliko za viumbe wengineo.

Jambo hili latupendeza mno sisi malaika, na najua nyinyi pia."

Shangwe na hoihoi za furaha zilizidi. Katibu akaendelea, "Tunawaadhibu wakosaji ili wasiyarudie makosa yao tena.

Tunawarekebisha kwa mapenzi na machozi. Hatufurahii shida za kiumbe yeyote yule. Tunapatwa na huzuni nyingi tunapomwadhibu yeyote."

Adhabu!

Malaika katibu aliinama kwa muda wa sekunde kama mbili hivi. Alipoinuka, uso wake ulikuwa na huzuni tele. Akasema kwa masikitiko mengi, "Wewe Mzee Kobe. Uliwadanganya ndege wote. Ulisema u wa ukoo wa ndege na hata malaika.

Ulijitakia madaraka usiyoweza kuyatimiza.

Adhabu zako ni mbili.

Sasa hivi utajitafutia njia ya kurudi duniani.

Hatutakuruhusu uandamane na ndege. Adhabu ya pili ni kuwa tokea leo, mwendo wako utakuwa wa pole sana. Utakuwa ukichelewa kwenye mambo yako yote. Ninakupa ruhusa umtume Bundi kwa jamaa yako."

Mzee Kobe alitiririkwa na machozi kama maji ya bomba. Aliangalia chini ilikokuwa dunia na ardhi. Alitetemeka sana.

Alisimama na kumwangalia katibu wa malaika na kusema,

"Ningetaka Bundi awaambie mke na jamaa yangu wanitandikie magodoro na blanketi pale uwanjani pangu nisije nikaumia.

Nitaruka kutoka huku mpaka duniani.

Waambieni waningojee.

Na wawe na daktari karibu."

Mzee Kobe alilia kwa kwikwi kama mtoto mdogo. Ndege wote walimhurumia.

Katibu wa malaika alianza kuongea tena.

"Ewe Bundi nawe ulifurahia kuibadili sura yako. Ulifanya hivyo kwa lengo la kuwatisha viumbe wengine. Unafurahishwa na hali ya kuruka usiku. Katika akili zako unazo fikira mbovu. Umekuwa kama mchawi mwenye kutembea usiku.

Nia yako ya kuja mbinguni ilikuwa ni kuchafua roho safi zilizo katika kumbukumbu zetu.

Sauti na mlio wako unawatisha ndege na viumbe wengine. Mambo haya hayampendezi Mungu Muumba wetu.

Adhabu yako ni kubwa. Tokea leo,utakuwa ukiruka usiku. Kamwe hutashirikiana na viumbe wengine.

Sauti na mlio wako utakuwa dalili ya mauti. Kwa hivyo, binadamu watakurushia vizinga vya moto na mawe kila wakuonapo au kukusikia. Umelaaniwa milele. Umetenganishwa na jamii ya ndege watiifu. Sasa hivi umefukuzwa mbinguni."

Bundi alifukuzwa kutoka mbinguni na malaika. Alipotea kunako kiza kingi. Alilia kwa sauti za kutisha. Ndege walipumua na kufurahi walipomwona akitoweka kabisa. Katibu Malaika aliendelea,

"Nawe Mbuni ulifanya makosa. Ulimwalika Mzee Kobe. Karamu hii ilikuwa ya ndege pekee.

Mbayuwayu alikuonya ukakataa. Tokea leo, hutaweza kuruka au kupaa juu tena. Utakuwa ukitembea kama binadamu. Tena umenyang'anywa umalkia wako."

Mbuni alipiga magoti kwa unyenyekevu mwingi. Akatubu kwa makosa yake na kukubali adhabu aliyopewa.

Malaika alimwangalia Mbayuwayu, akamkumbatia, akambusu kwa mapenzi huku akimwambia, "Nawe Mbayuwayu, u ndege mdogo lakini mtiifu. Tafadhali zipate hongera zetu. Milango ya mbinguni i wazi kwako. Tutembelee kila utakapo. Jina lako tayari limo katika kumbukumbu zetu.

Endelea kuwa mfano mwema kwa ndege na viumbe wote."

Malaika katibu alipomaliza, kwaya Makerubi na Serafi zilianza kuwatumbuiza ndege tena. Hali ya utulivu ikaenea kati ya ndege wote.

Wakaliabudu na kulitukuza jina la Mungu Muumba wao.

Baada yo siku saba za furaha tele mbinguni, walikutana tena kwenye ukumbi na malaika katibu akawaambia,

"Rudini duniani na mpendane. Timizeni amri za Mungu."

Baada ya katibu kuongea, ndege walisindikizwa hadi palipokuwa na Iango Ia dhahabu. Malaika wote walikuja kuwaaga. Baadaye walianza safari yao ya kurudi kwenye ardhi, wakiongozwa na mbayuwayu.

Bundi alipofika duniani alimwambia mke na jamii ya Mzee Kobe kwamba Mzee Kobe aliwataka wayapange mawe mazito mazito uwanjani ili apate kuiona nyumba yake ilipo akiwa kule mbinguni kwa sababu alitakiwa kujirusha kutoka huko.

Aliwaambia hivyo kwa sababu alidhani kuwa Mzee Kobe alichangia kwa njia moja au nyingine adhabu aliyoipata.

Mara moja jamii ya Mzee Kobe ilianza matayarisho kama walivyoambiwa. Walitafuta mawe makubwa na magumu na kuanza kuyapanga.

Mzee Kobe alipochungulia akiwa mbinguni, alidhani watu wa kwake walikuwa wakitandika blanketi na magodoro. Akajirusha kutoka mbinguni. Huyoo! Alianguka akabingirika mpaka duniani.

Aliyaangukia yale mawe mazito mazito kwa mgongo wake. Aliumia vibaya sana. Mawe yale yalimwingia mwilini mwake. Jamii yake ilijaribu kuyang'oa ikashindwa. Daktari vilevile alijaribu kuyang'oa akashindwa.

Hiyo ndiyo sababu Mzee Kobe huishi daima na mawe mgongoni.

Mbayuwayu naye angali akipeperuka kuufurahia mwaliko wa mbinguni. Ndege wote huimba kwa furaha kila siku wakiusifu ule mwaliko wa mbinguni. Wakati wote huwa wakitarajia kuwa hivi karibuni watapaa juu tena kwa safari nyingine ya ajabu.